ਗੋਲਡੀਲੌਕਸ ਅਤੇ ਤਿੰਨ ਰਿੱਛ

Goldilocks and the Three Bears

retold by Kate Clynes

illustrated by Louise Daykin

Mantra Lingua

ਗੋਲਡੀਲੌਕਸ ਆਪਣੀ ਮਾਤਾ ਲਈ ਫੁੱਲ ਇਕੱਠੇ ਕਰਦੀ ਮਜ਼ੇ ਲੈ ਰਹੀ ਸੀ।
ਉਹ ਜੰਗਲ ਵਿਚ ਹੋਰ ਅੱਗੇ ਅਤੇ ਹੋਰ ਅੱਗੇ ਜਾਈ ਜਾ ਰਹੀ ਸੀ।

ਗੋਲਡੀਲੌਕਸ ਠਹਿਰ ਜਾ, ਜਾ ਘਰ ਵਾਪਸ ਚਲੀ ਜਾ
ਜੰਗਲ ਵਿਚ ਇਕੱਲੇ ਜਾਣਾ ਸੁਰੱਖਿਅਤ ਨਹੀ ਹੈ।

Goldilocks was having fun, collecting flowers for her mum.
She was heading deeper and deeper into the woods.

Stop Goldilocks, go back home.
Woods aren't safe when you're all alone.

ਉਸ ਨੂੰ ਇਕ ਸੋਹਣੇ ਬਾਗ਼ ਵਾਲੀ ਇਕ ਕੁਟੀਆ ਲੱਭ ਗਈ।
ਗੋਲਡੀਲੌਕਸ ਨੇ ਕਿਹਾ, "ਮੈਂ ਉਹ ਫੁੱਲ ਚੁਣਨੇ ਚਾਹੁੰਦੀ ਹਾਂ। ਮੈਂ ਵੇਖਾਂਗੀ ਕੋਈ ਘਰ ਹੈ ਜਾਂ ਨਹੀਂ"।

She found a cottage with a beautiful garden.
"I want to pick those flowers," said Goldilocks. "I'll see if anyone's home."

ਗੋਲਡੀਲੌਂਕਸ ਠਹਿਰ ਜਾ, ਇਕ ਵਾਰ ਫਿਰ ਬੂਹਾ ਖੜਕਾ।
ਕਿਧਰੇ ਬਹੂ ਪਿੱਛੇ ਇਕ ਭਿਆਨਕ ਰਿੱਛ ਨਾ ਹੋਵੇ।

Stop Goldilocks, knock once more,
There may be something grizzly behind the door.

" ਹੈਲੋ! ਉਸ ਨੇ ਕਿਹਾ ?"
ਕੋਈ ਘਰ ਹੈ ਪਰ ਕੋਈ
ਉੱਤਰ ਨਾ ਮਿਲਿਆ

"Hello!" she called,
"is anybody home?"
But there was no reply

ਮੇਜ਼ ਉੱਤੇ ਤਿੰਨ ਕਟੋਰੇ ਪਏ ਹੋਏ ਸਨ। ਇਕ ਵੱਡਾ ਕਟੋਰਾ, ਇਕ ਵਿਚਕਾਰ ਦੇ ਮਾਪ ਦਾ ਕਟੋਰਾ ਅਤੇ ਇਕ ਛੋਟਾ ਕਟੋਰਾ। "ਹਮਮਮ, ਦਲੀਆ," ਗੋਲਡੀਲੌਕਸ ਨੇ ਕਿਹਾ, "ਮੈਨੂੰ ਬਹੁਤ ਭੁੱਖ ਲੱਗੀ ਹੈ"।

On the table were three steaming bowls. One big bowl, one medium sized bowl and one small bowl. "Mmmm, porridge," said Goldilocks, "I'm starving."

ਗੋਲਡੀਲੌਕਸ ਠਹਿਰ ਜਾ, ਬਹੁਤ ਛੇਤੀਂ ਨਾ ਕਰ,
ਬਹੁਤ ਭੈੜੀ ਗੱਲ ਹੋ ਸਕਦੀ ਹੈ।

Stop Goldilocks don't be hasty,
Things could turn out very nasty.

ਗੋਲਡੀਲੌਕਸ ਨੇ ਵੱਡੇ ਕਟੋਰੇ ਵਿਚੋਂ ਇਕ ਵੱਡਾ ਚੱਮਚ ਭਰ ਕੇ ਖਾ ਲਿਆ।
"ਆਊਚ!" ਉਸ ਨੇ ਚੀਕ ਮਾਰੀ। ਉਹ ਤਾਂ ਬਹੁਤ ਹੀ ਗਰਮ ਸੀ।

Goldilocks took a spoonful from the big bowl.
"Ouch!" she cried. It was far too hot.

ਫਿਰ ਉਸ ਨੇ ਵਿਚਕਾਰ ਵਾਲੇ ਕਟੋਰੇ ਨੂੰ
ਅਜ਼ਮਾਇਆ।
"ਯੱਕ!" ਇਹ ਤਾਂ ਬਹੁਤ ਹੀ ਠੰਡਾ ਸੀ।

Then she tried the middle bowl.
"Yuk!" It was far too cold.

ਛੋਟਾ ਕਟੋਰਾ ਬਸ ਠੀਕ ਹੀ ਸੀ ਤੇ ਗੋਲਡੀਲੌਕਸ
ਨੇ ਸਾਰੇ ਦਾ ਸਾਰਾ ਖਾ ਲਿਆ!

The small bowl however was just right
and Goldilocks ate the lot!

ਜਦ ਉਸ ਦਾ ਢਿੱਡ ਚੰਗੀ ਤਰ੍ਹਾਂ ਭਰ ਗਿਆ,
ਤਾਂ ਉਹ ਨਾਲ ਵਾਲੇ ਕਮਰੇ ਵਿਚ ਨੂੰ ਚਲੀ ਗਈ।

With a nice full tummy, she wandered
into the next room.

ਗੋਲਡੀਲੌਕਸ ਠਹਿਰ ਤਾਂ ਸਹੀ,
ਤੂੰ ਐਵੇਂ ਘੁੰਮਦੀ ਨਾ ਫਿਰ
ਅਤੇ ਤੈਨੂੰ ਕਿਸੇ ਹੋਰ ਦੇ ਕਮਰੇ
ਵਿਚ ਝਾਤੀਆਂ ਨਹੀਂ ਮਾਰਨੀਆਂ ਚਾਹੀਦੀਆਂ।

Hang on Goldilocks,
you can't just roam,
And snoop around
someone else's home.

ਨਿੱਘੀ, ਚੱਮਕਦੀ ਅੱਗ ਦੇ ਸਾਮਹਣੇ ਤਿੰਨ
ਕੁਰਸੀਆਂ ਪਈਆਂ ਸਨ।
ਇੱਕ ਵੱਡੀ ਕੁਰਸੀ, ਇਕ ਵਿਚਕਾਰ ਦੇ ਮਾਪ
ਦੀ ਕੁਰਸੀ ਅਤੇ ਇਕ ਛੋਟੀ ਕੁਰਸੀ।

In front of the warm, glowing fire
were three chairs.
One big chair, one medium sized
chair and one small chair.

Not Again
Red Riding Hood

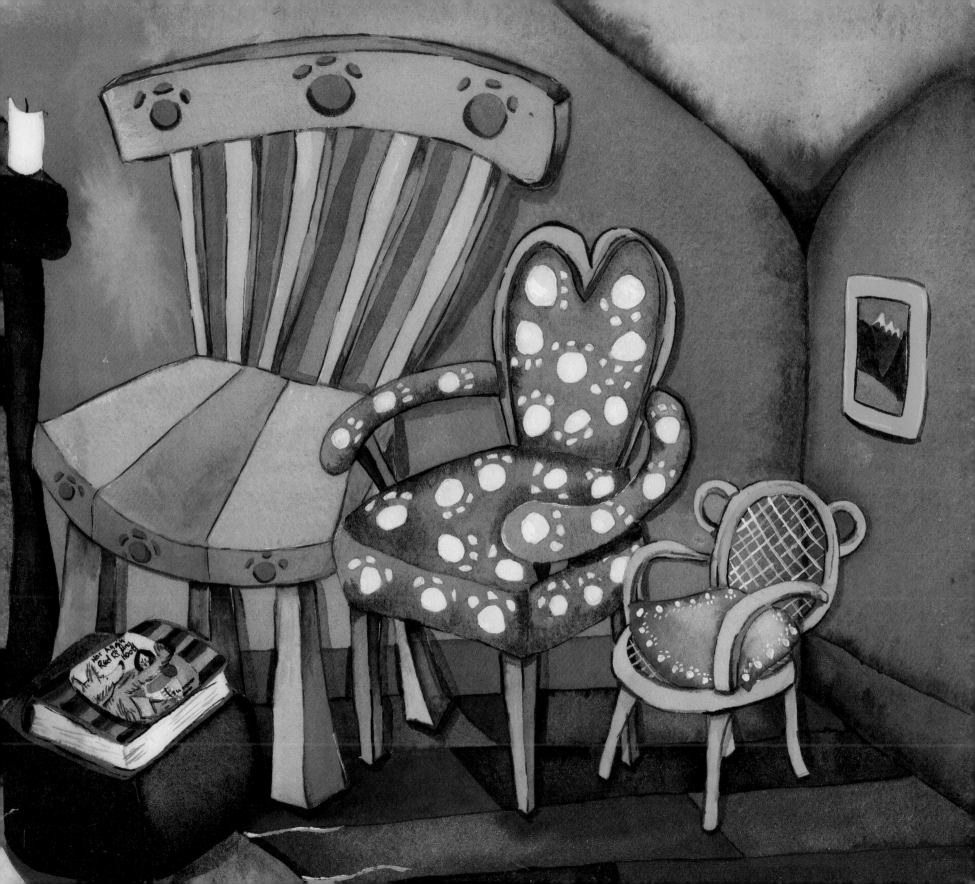

ਪਹਿਲਾਂ ਗੋਲਡੀਲੌਕਸ ਵੱਡੀ ਕੁਰਸੀ ਉੱਤੇ ਚੜ੍ਹ ਗਈ ਪਰ ਇਹ ਬਹੁਤ ਹੀ ਕਰੜੀ ਸੀ।
ਫਿਰ ਉਹ ਵਿਚਕਾਰ ਦੇ ਮਾਪ ਵਾਲੀ ਕੁਰਸੀ ਉੱਤੇ ਚੜ੍ਹ ਗਈ। ਪਰ ਇਹ ਬਹੁਤ ਹੀ ਨਰਮ ਸੀ।
ਹਾਂ, ਛੋਟੀ ਕੁਰਸੀ ਬਸ ਠੀਕ ਲੱਗੀ ਸੀ
ਗੋਲਡੀਲੌਕਸ ਨੇ ਪਿੱਛੇ ਢਸਣਾ ਲਾ ਲਿਆ, ਜਦ...

First Goldilocks climbed onto the big chair, but it was just
too hard.
Then she climbed onto the medium sized chair,
but it was just too soft.
The little chair, however, felt just right.
Goldilocks was leaning back, when...

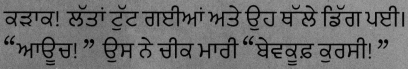

ਕੜਾਕ! ਲੱਤਾਂ ਟੁੱਟ ਗਈਆਂ ਅਤੇ ਉਹ ਥੱਲੇ ਡਿੱਗ ਪਈ।
"ਆਊਚ! " ਉਸ ਨੇ ਚੀਕ ਮਾਰੀ "ਬੇਵਕੂਫ਼ ਕੁਰਸੀ! "

ਹਾ, ਹਾਏ! ਗੋਲਡੀਲੌਕਸ, ਇਹ ਤੂੰ ਕੀ ਕੀਤਾ
ਛੇਤੀਂ ਨਾਲ ਉੱਠ ਜਾ, ਉੱਠ ਕੇ ਨੱਸ ਜਾ

SNAP! The legs broke
and she fell onto the floor.
"Ouch," she cried.
"Stupid chair!"

Oh no Goldilocks, what have you done?
Get up quick, get up and run.

ਗੋਲਡੀਲੌਕਸ ਥੱਕੀ ਹੋਈ
ਸੀ, ਸੋ ਉਹ ਹੌਲ਼ੀ ਹੌਲੀ ਪੌੜੀਆਂ
ਚੜ੍ਹ ਗਈ ਸੌਣ ਵਾਲੇ ਕਮਰੇ ਵਿਚ
ਤਿੰਨ ਮੰਜੇ ਪਏ ਸਨ।
ਇਕ ਵੱਡਾ ਮੰਜਾ ਸੀ, ਇਕ ਵਿਚਕਾਰ ਦੇ
ਮਾਪ ਦਾ ਮੰਜਾ ਸੀ ਅਤੇ ਇਕ ਛੋਟਾ ਮੰਜਾ ਸੀ।

Goldilocks felt tired so she made her way upstairs.
In the bedroom were three beds.
One big bed, one medium sized bed and one small bed.

ਉਹ ਵੱਡੇ ਮੰਜੇ ਉੱਤੇ ਚੜ੍ਹ ਗਈ ਪਰ ਉਹ ਬਹੁਤ ਹੀ ਡਲੇਦਾਰ ਸੀ।
ਫਿਰ ਉਸ ਨੇ ਵਿਚਕਾਰ ਵਾਲਾ ਮੰਜਾ ਅਜ਼ਮਾਇਆ, ਜੋ ਬਹੁਤ ਬੁੜਕਦਾ ਸੀ।
ਛੋਟਾ ਮੰਜਾ ਬਸ ਠੀਕ ਹੀ ਜਾਪਿਆ ਸੀ ਅਤੇ ਉਸ ਨੂੰ ਨੀਂਦ ਆ ਗਈ ਸੀ।

She climbed up onto the big bed but it was too lumpy.
Then she tried the medium sized bed, which was too
springy. The small bed however, felt just right
and soon she was fast asleep.

ਉੱਠ ਜਾਗ, ਆਪਣੀਆਂ ਅੱਖਾਂ ਖੋਲ
ਤੈਨੂੰ ਅਚਾਨਕ ਹੀ ਕੋਈ ਵੱਡਾ ਅਚੰਭਾ ਮਿਲ ਸਕਦਾ ਹੈ!

Wake up Goldilocks, open your eyes,
You could be in for a BIG surprise!

ਉਸੇ ਵੇਲੇ ਤਿੰਨੇ ਰਿੱਛ
ਘਰ ਆ ਗਏ।
ਇਕ ਟੋਕਰੀ ਨਾਲ ਠੋਕਰ
ਖਾਂਦਿਆਂ, ਪਿਤਾ ਰਿੱਛ ਦਾ ਧਿਆਨ
ਮੇਜ਼ ਵਲ ਗਿਆ।

Just then the three bears came home.
After tripping over a basket,
Father Bear noticed the table.

" ਕੋਈ ਮੇਰਾ ਦਲੀਆ ਖਾ ਰਿਹਾ ਸੀ, "ਉਸ ਨੇ ਉੱਚੀ ਰੁੱਖੀ ਆਵਾਜ਼ ਵਿਚ ਕਿਹਾ
" ਕੋਈ ਮੇਰਾ ਦਲੀਆ ਖਾ ਰਿਹਾ ਸੀ, "ਮਾਤਾ ਰਿੱਛ ਨੇ ਵਿਚਕਾਰਲੀ ਆਵਾਜ਼ ਵਿਚ ਨਕਲ ਲਾਈ।

"Someone's been eating my porridge," he said in a loud gruff voice.
"Someone's been eating my porridge," echoed Mother Bear in a medium voice.

" ਕੋਈ ਮੇਰਾ ਦਲੀਆ ਖਾ ਰਿਹਾ ਸੀ, " ਬਾਲਕ ਰਿੱਛ ਮਾੜੀ ਜਿਹੀ ਆਵਾਜ਼ ਵਿਚ ਚੀਕਿਆ
"ਅਤੇ ਉਨ੍ਹਾਂ ਨੇ ਸਾਰਾ ਹੀ ਖਾ-ਮੁਕਾ ਛੱਡਿਆ ਹੈ! "

"Someone's been eating my porridge," cried Baby Bear in a small voice,
"and they've eaten it all up!"

ਤਿੰਨ ਬਹੁਤ ਹੀ ਗੁਸੈਲੇ ਰਿੱਛ, ਥੋੜੇ ਚੌਕਸ ਅਨੁਭਵ ਕਰ ਰਹੇ,
ਪਰ ਇਕ ਫੁੱਲ ਚੁਣਿੰਦਾ
ਦਾਨਵ ਨ ਜ਼ਰਾ ਡਰੇ।

Three very hungry bears, feeling slightly wary,
But a flower-collecting monster
doesn't sound too scary.

ਇਕ ਦੂਜੇ ਦੇ ਹੱਥ ਫੜੀ ਉਹ ਚੁੱਪ-ਚੱਪੀਤੇ ਬੈਠਣ ਵਾਲੇ ਕਮਰੇ ਵਿਚ ਵੜੇ।
"ਕੋਈ ਮੇਰੀ ਕੁਰਸੀ ਵਿਚ ਬੈਠਾ ਸੀ, " ਪਿਤਾ ਰਿੱਛ ਨੇ ਉੱਚੀ ਰੁੱਖੀ ਆਵਾਜ਼ ਵਿਚ ਕਿਹਾ।
"ਕੋਈ ਮੇਰੀ ਕੁਰਸੀ ਵਿਚ ਬੈਠਾ ਸੀ, " ਮਾਤਾ ਰਿੱਛ ਨੇ ਵਿਚਕਾਰਲੀ ਆਵਾਜ਼ ਵਿਚ ਨਕਲ ਲਾਈ।

Holding hands, they crept into the living room.
"Someone's been sitting in my chair,"
said Father Bear in a loud gruff voice.
"Someone's been sitting in my chair,"
echoed Mother Bear in a medium voice.

"ਕੋਈ ਮੇਰੀ ਕੁਰਸੀ ਵਿਚ ਬੈਠਾ ਸੀ, " ਬਾਲਕ ਰਿੱਛ ਮਾੜੀ ਜਿਹੀ ਆਵਾਜ਼ ਵਿਚ ਚੀਕਿਆ
"ਅਤੇ ਦੇਖੋ, ਉਸ ਨੇ ਤੋੜ ਦਿੱਤੀ ਹੈ"।
ਉਹ ਉੱਚੀ, ਉੱਚੀ ਰੋਣ ਲੱਗਾ।

"Someone's been sitting in my chair," cried Baby Bear in a small voice,
"and look, they've broken it!"
He burst into tears.

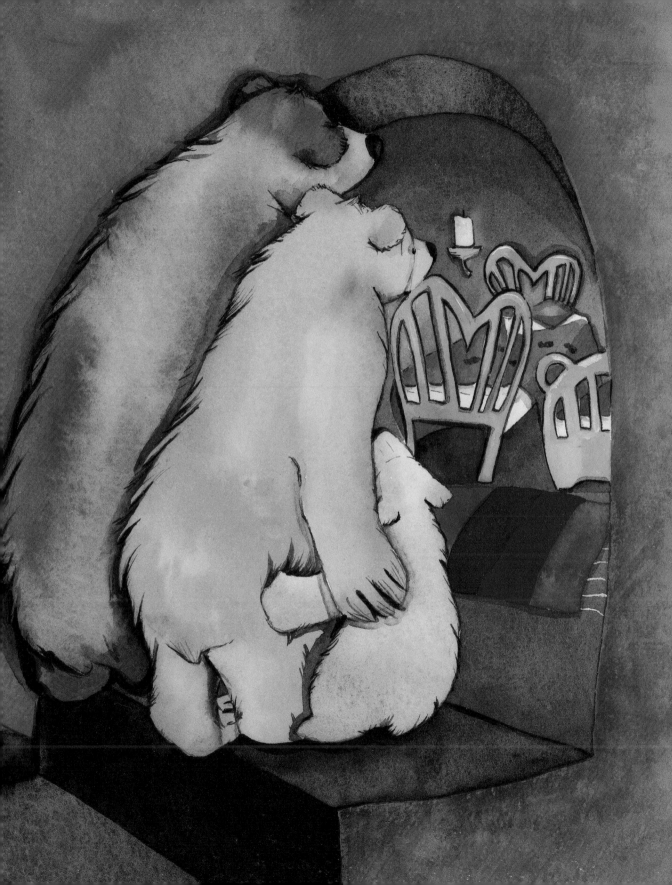

ਹੁਣ ਉਨ੍ਹਾਂ ਨੂੰ ਬਹੁਤ ਚਿੰਤਾ ਹੋਣ
ਲੱਗੀ ਸੀ।
ਉਹ ਪੱਬਾਂ ਭਾਰ ਹੌਲੀ ਹੌਲੀ ਪੌੜੀਆਂ
ਚੜ੍ਹ ਕੇ ਸੌਣ ਵਾਲੇ ਕਮਰੇ ਵਿਚ ਗਏ।

Now they were very worried.
Quietly they tiptoed up the
stairs into the bedroom.

ਤਿੰਨੇ ਵਿਆਕੁਲ ਰਿੱਛ,
ਇਸ ਤੋਂ ਅਣਜਾਣ ਕਿ ਕੀ ਹੋਵੇਗਾ
ਕੋਈ ਕੁਰਸੀ ਤੋੜ
ਦਾਨਵ ਕਮੀਨਾ ਮਿਲੇਗਾ।

Three grizzly bears, unsure
of what they'll find,
Some chair-breaking monster
of the meanest kind.

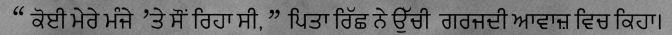

" ਕੋਈ ਮੇਰੇ ਮੰਜੇ 'ਤੇ ਸੌਂ ਰਿਹਾ ਸੀ, " ਪਿਤਾ ਰਿੱਛ ਨੇ ਉੱਚੀ ਗਰਜਦੀ ਆਵਾਜ਼ ਵਿਚ ਕਿਹਾ

"Someone's been sleeping in my bed," said Father Bear in a loud gruff voice.

" ਕੋਈ ਮੇਰੇ ਮੰਜੇ 'ਤੇ ਸੌਂ ਰਿਹਾ ਸੀ, " ਮਾਤਾ ਰਿੱਛ ਨੇ ਵਿਚਕਾਰਲੀ ਆਵਾਜ਼ ਵਿਚ ਨਕਲ ਲਾਈ।

"Someone's been sleeping in my bed," echoed Mother Bear in a medium voice.

" ਕੋਈ ਮੇਰੇ ਮੰਜੇ 'ਤੇ ਸੌਂ ਰਿਹਾ ਹੈ, "
ਬਾਲਕ ਰਿੱਛ ਬਹੁਤ ਹੀ ਉੱਚੀ ਆਵਾਜ਼ ਵਿਚ
ਕੁਰਲਾਇਆ, "ਅਤੇ ਦੇਖੋ! "

"Someone's been sleeping in my bed," wailed
Baby Bear in a far from small voice,
"and look!"

ਇਸ ਰੌਲੇ ਨਾਲ ਗੋਲਡੀਲੌਕਸ
ਦੀ ਨੀਂਦਰ ਖੁੱਲ ਗਈ ਅਤੇ ਉਸ
ਨੇ ਲੇਰ ਮਾਰੀ।

The noise woke Goldilocks
up and she screamed.

ਅਜੇ ਰਿੱਛ ਆਪਣੇ ਸੱਦਮੇ
ਤੋਂ ਸਾਹ ਲੈ ਹੀ ਰਹੇ ਸਨ, ਕਿ...

While the bears were
recovering from their shock...

ਗੋਲਡੀਲੌਕਸ ਛਾਲ ਮਾਰ ਕੇ ਮੰਜੇ ਤੋਂ ਉੱਠੀ, ਪੌੜੀਆਂ ਤੋਂ ਥੱਲੇ
ਭੱਜੀ, ਆਪਣੀ ਖ਼ਾਲੀ ਟੋਕਰੀ ਧਰੂਹੀ ਅਤੇ ਉੱਥੋਂ ਨੱਸੀ।

Goldilocks leapt out of bed, ran down the stairs,
grabbed her empty basket and fled.

ਹਾਂ, ਗੋਲਡੀਲੌਕਸ, ਤੇਰੇ ਨਾਲ ਠੀਕ ਹੀ ਹੋਇਆ
ਉਨ੍ਹਾਂ ਰਿੱਛਾਂ ਨੇ, ਤੈਨੂੰ ਖ਼ੂਬ ਡਰਾਇਆ
ਪਰ ਇਕ ਭੇਤ ਹੈ ਇੱਥੇ, ਜੋ ਸਾਂਝਾ ਕਰੀਏ
ਵਿਚਾਰੇ ਤਿੰਨੇ ਰਿੱਛ ਵੀ, ਸਨ ਇੰਨੇ ਹੀ ਡਰੇ!

Well Goldilocks, it serves you right,
Those bears gave you a terrible fright.
But here's a secret that must be shared,
The three poor bears were just as scared!